அச்சம் தவிர்

ACHAM THAVIER

முனைவர் ப.விக்னேஸ்வரி |
உதவிப்பேராசிரியர் | தமிழ்த்துறை
| நேரு கலை மற்றும் அறிவியல்
கல்லூரி | கோவை

என்னை இந்த உலகிற்கு அறிமுகம் செய்த என் பெற்றோர்களுக்கும் ,எனக்கு ஆக்கமும் ஊக்கமுமாக என் வளர்ச்சிக்கு உறுதுணையாக இருக்கும் என் அன்பு கணவருக்கும் ,எனக்கு அம்மா என்ற பட்டத்தை வழங்கிய என் உயிரினும் மேலான என் மகனுக்கும் ,என் தாய் போல் என்னை நேசிக்கின்ற என் மகளுக்கு நன்றியைத் தெரிவித்துக் கொள்கின்றேன் .

பொருளடக்கம்

அணிந்துரை

இன்பமும் துன்பமும் இரவு பகல் போன்றது. அது ஒன்றைப் பின்பற்றி இன்னொன்று தொடர்ந்து கொண்டேயிருக்கும். அஞ்சி நடுங்கிக் கொண்டிருப்பவனால், சிறிய குட்டையைக் கூட கடக்க முடியாது.இறக்கும் நேரத்தைவிட துன்பப்படும் நேரத்திலேயே, நமக்கு அதிக தைரியம் தேவைப்படுகின்றது. தவறுகளை ஒப்புக் கொள்வதற்கான தைரியமும், அதைத் திருத்திக் கொள்வதற்கான பயனும்தான் வெற்றிக்கான வழி.துருப்பிடித்துத் தேய்வதை விட உழைத்துத் தேய்வதே நல்லது. நீ நினைத்தால், விண் மீனையும் விழுங்கிவிட முடி-யும். இதுவே உன் உண்மை பலம். மூட நம்பிக்கைகளை உதரித் தள்ளிவிட்டுத் தைரியமாகச் செயல்படு!

முன்னுரை

வைரத்தைவிடவைராக்கியத்தை
வைத்திருப்பவனேசிறந்தசெல்வந்தன்...
பணத்தைஉன்வியர்வையில்தேடு
மற்றவர்கண்ணீரில்தேடாதே ...
பிடிவாதம்
அறியாமல்தவறுசெய்யநாம்குழந்தையுமில்லை...
தவறுசெய்தவர்களை
மன்னிக்கநாம்ஞானியுமில்லை...
வாதம்உடலுக்குஆகாது
பிடிவாதம்உறவுக்குஆகாது..
இறுமாப்பு
எல்லாம்எனக்குதெரியும்என்ற
இறுமாப்புவேண்டாம்...
ஆளானபட்டஒளவைக்கே
சுட்டப்பழத்தைசொன்னவன்சிறுவன்தான்...
நல்வரவு
குற்றம்காண்பதும்குறைகூறுவதும்
பழக்கமல்ல அதுஒருமனநோய்.
கையில்வரவுஇருந்தால்தான்
நமக்குநல்வரவுகிடைக்கும்..
தலைக்கனம்
தலைக்கனம்வேண்டாம்.
..தலையில்கனம்இருந்தால்
தீக்குச்சிபோலதினம்

தினம்சாகவேண்டியதுவரும்...

குணம்

குணம்உள்ளவர்கோபுரம்போல

பணம்உள்ளவர்கலசம்போல...

கலசங்கள்மாற்றப்படலாம்..

கோபுரங்கள்மாற்றப்படுவதில்லை...

குழந்தைகளுக்குஉடல்நோகாமல்

சோறுபோட்டுவளர்க்கும்குடும்பமும்....

புன்னகை

புண்படுத்தினால்புன்னகைத்திடு

உன்புன்னகைஅவர்களை

பண்படுத்தட்டும்

இல்லைபுண்படுத்தட்டும்...

மனிதர்கள்

வாசத்திற்குஉதவும்பொருட்கள்

ஒருபோதும்வாழ்க்கைக்குஉதவாது...

நாசத்திற்குஉதவும்மனிதர்கள்

ஒருபோதும்நல்லவர்களாகமுடியாது...

அறிவுரை

அறிவுரைஎன்பதுயாரும்கேட்காமலேயே

நாமேகடிகாரத்தைபார்த்து

நேரம்சொல்வதுபோல்அல்ல

யாராவதுகேட்டால்மட்டுமே

நேரம்சொல்வதுபோன்றுஇருக்கவேண்டும்..

தர்மம்

தர்மம்என்பதுதானம்வழங்குவதுமட்டுமல்ல.

வணங்கவேண்டியவற்றை

தானும்வணங்குதலேஆகும்...
வலிமை
விடைசொல்லும்தொனியில்தெரியும்
நமதுவினாக்களின்வலிமை...
விளக்கம்அளிக்கும்விதங்களில்தெரியும்.
நமதுவிடைகளின்வலிமை...
மாற்றம்
ஏமாற்றம்தராதஎதிர்பார்ப்புகள்
மகிழ்வைதொடங்கும்
ஏமாற்றம்தரும்எதிர்பார்ப்புகள்
அறிவில்மாற்றத்தைதொடங்கும்....
பழக்கவழக்கங்கள்
பழக்கவழக்கங்கள்
நல்லவைஎன்றால்பழகுவதுகடினம்.
கெட்டவைஎன்றால்விடுவதுகடினம்....
விதைகள்
வைரத்தைவிடவிதைகள்மகத்தானவைகள்
வைரங்கள்எவ்வளவுவிலையானாலும்இறந்தவைகள்
விதைகளுக்குள்உலகமேஉள்ளது...
மதிப்பு
சொத்துக்கள்மீதுவைக்கத்தெரிந்தமதிப்பை
சொந்தங்கள்மீதுவைக்கத்
தெரியவில்லைபலருக்கு●●●
தன்மானம்
நம்மைவிடஉயிரும்
உயிரைவிடஉண்மையும்
உண்மையைவிடதாயும்

தாயைவிடதன்மானமேஉயர்ந்தது...
புறக்கணிப்பு
அறுபடாமலேபுறக்கணிக்கப்படுகிறது
இரண்டாவதுசெருப்பு
சிலநல்லமனிதர்களைபோல...
அம்மா
படித்துவிட்டுஊரைச்சுற்றும்பிள்ளையின்
வேலைக்காகதினம்தினம்
கோயில்சுற்றும்ஒரேஜீவன்அம்மா...
கவிஞன்
நிலாவில்தண்ணீரைகாண்பவன்
விஞ்ஞானிதண்ணீரில்நிலாவைகாண்பவன்கவிஞன்...
மகிழ்ச்சி
சிறுவயதில்உச்சிவெயிலில்விளையாடும்போது
உள்ளத்தில்இருந்தமகிழ்ச்சி
பெரியவனாகிகுளிரூட்டப்பட்டஅறையில்அமர்ந்து
வேலைசெய்யும்போதுகூடகிடைப்பதில்லை...
அடையாளம்
விவாதங்கள்சிறந்தமனிதர்கள்
யார்என்பதைஅடையாளம்காட்டும்....
உரையாடல்கள்சிறந்தசெயல்கள்
எதுஎன்பதைஉணரவைக்கும்....
பாவக்கணக்கு
நமதுகடமைதவறுவதெல்லாம்
கடன்களில்வரவுவைக்கப்படுகிறது.
பொதுஉடமையாய்செயல்படுவதெல்லாம்
பாவக்கணக்கில்கழிக்கப்படுகிறது...

தைரியம்

எந்தசூழ்நிலையையும்எதிர்கொள்ளவைப்பது

மனதைரியம்எந்தசூழ்நிலையையும்

தனக்குசாதகமாகமாற்றவைப்பது

மதிதைரியம்...

பணம்

பணம்கையில்உள்ளபோது

அடுத்தவரைநமக்குதெரியவைக்காது..

கையில்இல்லாதபோதுஅடுத்தவருக்கு

நம்மைதெரியவைக்காது....

உறவு

வெயிலைப்போலவெளுத்துவாங்கிவிட்டு

பின்புமழையைப்போலகுளிரசெய்வதெல்லாம்

வானம்மட்டுமல்ல

வாழ்க்கையில்சிலஉறவுகளும்தான்..

தன்னம்பிக்கை

கடலில்கலங்கிநிற்பவனுக்கும்

வாழ்க்கையில்கலங்கிநிற்பவனுக்கும்

தன்னம்பிக்கையேதுணை...

உதவி

கைநீட்டிஉதவிடஅவசியம்இல்லை

பிறர்கைக்குவருவதை

தட்டிவிடாமல்இருந்தால்போதும்

நாமும்நல்லவர்கள்தான்...

நிம்மதி

குடும்பத்துபிரச்சனையைவெளியிலும்.

வெளியில்உள்ளபிரச்சனையைவீட்டிலும்

சுமந்துவாழ்பவர்கள்எங்கும்
நிம்மதியாகஇருக்கமுடியாது
மனநிம்மதியை
மனதைஅமைதியாய்வைத்திருந்தால்
மனநிம்மதியைவெளியில்
தேடவேண்டியஅவசியம்இல்லை....
உறவு
பொருட்கள்மட்டுமல்ல
சிலஉறவுகளும்தான்...
பொருந்திபோவதில்லை...
அதைநினைத்துவருந்திபயனில்லை....
முயற்சி
தொட்டுவிடும்தூரத்தில்வெற்றிஇருக்கையில்
தட்டிவிடும்வேகத்தில்தடைகள்வருகையில்.
பட்டுவிடும்என்றுவிட்டுவிடும்நம்பிக்கை.
கெட்டுவிடச்செய்யும்நட்டுவைத்தமுயற்சியை....
நினைவு
வந்துபோனநாட்கள்நொந்துபோன
நினைவுகளைதந்தாலும்
இதயம்வெந்துபோகாமல்இருந்தால்
வருங்காலம்தந்துபோகும்வளமானநாட்களை...
உத்வேகம்
பறக்கின்றசக்தியிலும்பிறக்கின்றபுத்தியிலும்
வேகம்இருந்தால்உற்சாகம்பிறக்கும்
விவேகம்இருந்தால்மட்டுமேஉத்வேகம்சிறக்கும்....
ஆயக்கலை
ஆயக்கலைகற்றிருந்தாலும்

மனதைஆளும்மாயக்கலைதெரியாவிட்டால்
அத்தனையும்சோககலையே..

ஆறாதகாயங்கள்

ஆறாதகாயங்கள்என்றுஎதுவுமில்லை
ஆறாதுஎன்றமனநிலையில்
மாற்றம்வந்தாலேபோதும்
ஆறுவதும்ஆறியபின்
மாறுவதும்தானாகவேநடக்கும்....

வழிகள்

விழிப்புணர்வுகள்ஏற்படாதவரை
விழிகள்திறந்துஇருந்தாலும்
வழிகள்இருட்டாகவேதெரியும்....!!

பலன்கள்

விதைகள்முளைக்கும்போதுதெரிவதில்லை
வினைகளின்பலன்கள்
விதையைதரும்போதேதெரியும்
விதைத்ததின்பலன்கள்....

மனபாரம்

ஒருவரிடம்நாம்மனம்திறந்துபேசும்போது
பாரத்தைஇறக்கிவைக்கிறோம்
மனதில்ஒன்றைவைத்துவேறுஒன்றை
பேசும்போதுபாரத்தைதூக்கிசுமக்கிறோம்......

வாழ்க்கை

வார்த்தைகள்வளமாய்விழும்போது
வரமாய்மாறுகிறதுவாழ்க்கை
வார்த்தைகள்சரமாய்வெடிக்கும்போது
சாபமாய்மாறுகிறதுவாழ்க்கை...

வாழ்க்கைவண்டி

மகிழ்ச்சியில்ஓடக்கூடியவாழ்க்கைவண்டி

நிறையவாழ்நாளைக்கொடுக்கும்...

மௌனம்

மௌனம்கலைப்பதால்பல

விடைகள்கிடைக்கின்றன

மௌனம்காப்பதால்பல

கேள்விகள்கிடைக்கின்றன...

ஆட்டம்

ஆடுகிறஆட்டமும்போடுகிறவேசமும்

கூடுகிறகூட்டமும்நாடுகிறநேசமும்...

ஒருநாள்கலைந்தேதீரும்..

காலம்கலைத்தேதீர்க்கும்....

வார்த்தை

வார்த்தைகளுக்குவலிதரும்

சக்திமட்டுமல்ல

வழிதரும்புத்தியும்உண்டு...

உரிமைக்குரல்

குரலைஉயர்த்திபேசுவதால்எதுவும்

நடைபெறபோவதில்லை

பிறரின்உரிமைக்குரலாய்

நம்குரல்ஒலிக்கும்போதுதான்எல்லாம்நடக்கும்...

காலவதி

சகமனிதர்களும்நம்மைபோன்றவரே

அவர்களுக்கும்இதயம்இருக்கிறதை

உணர்ந்தாலேகடும்சொற்கள்

காலவதியாகிவிடும்...

பேசியவார்த்தைகள்

மனநிலைகள்மாறும்

வானிலைபோல

நாம்பேசியவார்த்தைகள்

மாறாதுவானம்போல..

புதுஉதயம்

இதயத்தில்நல்லெண்ணங்கள்இருப்பது

இதயத்திற்குமட்டுமல்ல

புதுஉதயத்திற்கும்நல்லது..

வரம்

நல்லாஇருக்கியா

என்றகேள்விக்கு

கிடைக்கும்விடையிலேயேநம்மை

எடைபோடதெரிந்த

உறவுகள்கிடைப்பதுவரம்.....

தோல்வி

தோல்வியிம்நாயும்ஒன்றுதான்

ஓடும்வரைதுரத்தும்

எதிர்த்துநின்றால்தெறித்துஓடும்

பழக்கவழக்கங்கள்

நமதுபழக்கவழக்கங்கள்

பிறருக்குபாடமாகஇருக்கவேண்டுமே

ஒழியபாதகமாகஅமைந்துவிடக்கூடாது...

பணம்- குணம்

பணம்இருந்தால்நான்குபேர்

நம்மிடம்வந்துநடிப்பார்கள்

குணம்இருந்தால்நான்குபேர்

நம்மைபார்க்கதுடிப்பார்கள்...

சோதனையும்வேதனையுமே

புண்ணியத்தைதவிரவேறு

எதையும்அளவுக்குஅதிகமாகசேர்த்தால்

மிஞ்சுவதுசோதனையும்வேதனையுமே

கவலைகள்

கவலைகள்வந்துகொண்டேதான்இருக்கும்

அலைகள்போலஓயட்டும்என்று

காத்திருந்தால்காலம்கடந்துவிடும்

வருவதுவரட்டும்என்றுதுணிந்தால்

காலம்கனிந்துவரும்...

திறமை

பிறரின்திறமையைமதிக்கதெரியாதவர்களால்

தன்திறமைக்கான அங்கீகாரத்தை

எப்போதும்பெறஇயலாது...

மகிழ்ச்சி

மகிழ்ச்சிஎன்பதுமற்றவரை

பார்த்துசிரிப்பதுஅல்ல

மற்றவரோடுசேர்ந்துசிரிப்பதே..

அம்மாவின் அறிவுரைகள்

மகளாகஅலட்சியப்படுத்திய

அம்மாவின் அறிவுரைகள்

அர்த்தம்உள்ளதுஎன்றுபுரியும்

மகளைபெற்றபின்பு...

தன்னம்பிக்கை

பிறர்தரும்ஊக்கத்தைகொண்டு

உயரமுயன்றால்அதுநம்பிக்கை

நாமேநமதுதயக்கத்தைஉடைத்து
துணிந்துநின்றால்அதுதன்னம்பிக்கை...

பலன்கள்

புண்ணியத்தின்பலன்கள்
விழுதுகள்கொண்டவை
தலைமுறைதாண்டியும்தொடரும்...
பாவத்தின்பலன்கள்பாறைபோன்றவை
கடைசிதலைமுறைவரை
மிரட்டிக்கொண்டேஇருக்கும்...

சமம்

நல்லவன் ,கெட்டவன்
ஏழை, பணக்காரன்
யாராகஇருந்தாலும்
மரணத்தின்முன்அனைவரும்சமமே ....

அறுசுவைவிருந்து

அறுசுவைவிருந்தில்கசப்புஇருப்பதுபோலவே
பல்சுவைவாழ்க்கையில்
துன்பம்ஒருபகுதியே...

உதவி

உதவிஅல்லதுகடன்கேட்டுபொருங்கள்
இப்போதெல்லாம்அறிவுரைகள்தான்
அதிகமாகக்கிடைக்கும்...

நிம்மதியானவாழ்க்கை

நிம்மதியானவாழ்க்கை
ஆடம்பரத்தால்வருவதுஅல்ல
நமதுஆரம்பத்திலிருந்துகூடவேவருவது...
வைரத்தைவிடவைராக்கியத்தை

வைத்திருப்பவனேசிறந்தசெல்வந்தன்...
பணத்தைஉன்வியர்வையில்தேடு
மற்றவர்கண்ணீரில்தேடாதே ...
பிடிவாதம்
அறியாமல்தவறுசெய்யநாம்குழந்தையுமில்லை...
தவறுசெய்தவர்களை
மன்னிக்கநாம்ஞானியுமில்லை...
வாதம்உடலுக்குஆகாது
பிடிவாதம்உறவுக்குஆகாது..
இறுமாப்பு
எல்லாம்எனக்குதெரியும்என்ற
இறுமாப்புவேண்டாம்...
ஆளானபட்டஒளவைக்கே
சுட்டப்பழத்தைசொன்னவன்சிறுவன்தான்...
நல்வரவு
குற்றம்காண்பதும்குறைகூறுவதும்
பழக்கமல்ல அதுஒருமனநோய்.
கையில்வரவுஇருந்தால்தான்
நமக்குநல்வரவுகிடைக்கும்..
தலைக்கனம்
தலைக்கனம்வேண்டாம்.
..தலையில்கனம்இருந்தால்
தீக்குச்சிபோலதினம்
தினம்சாகவேண்டியதுவரும்...
குணம்
குணம்உள்ளவர்கோபுரம்போல
பணம்உள்ளவர்கலசம்போல...

கலசங்கள்மாற்றப்படலாம்..
கோபுரங்கள்மாற்றப்படுவதில்லை...
குழந்தைகளுக்குஉடல்நோகாமல்
சோறுபோட்டுவளர்க்கும்குடும்பமும்....
புன்னகை
புண்படுத்தினால்புன்னகைத்திடு
உன்புன்னகைஅவர்களை
பண்படுத்தட்டும்
இல்லைபுண்படுத்தட்டும்...
மனிதர்கள்
வாசத்திற்குஉதவும்பொருட்கள்
ஒருபோதும்வாழ்க்கைக்குஉதவாது...
நாசத்திற்குஉதவும்மனிதர்கள்
ஒருபோதும்நல்லவர்களாகமுடியாது...
அறிவுரை
அறிவுரைஎன்பதுயாரும்கேட்காமலேயே
நாமேகடிகாரத்தைபார்த்து
நேரம்சொல்வதுபோல்அல்ல
யாராவதுகேட்டால்மட்டுமே
நேரம்சொல்வதுபோன்றுஇருக்கவேண்டும்..
தர்மம்
தர்மம்என்பதுதானம்வழங்குவதுமட்டுமல்ல.
வணங்கவேண்டியவற்றை
தானும்வணங்குதலேஆகும்...
வலிமை
விடைசொல்லும்தொனியில்தெரியும்
நமதுவினாக்களின்வலிமை...

விளக்கம்அளிக்கும்விதங்களில்தெரியும்.
நமதுவிடைகளின்வலிமை...

மாற்றம்

ஏமாற்றம்தராதஎதிர்பார்ப்புகள்

மகிழ்வைதொடங்கும்

ஏமாற்றம்தரும்எதிர்பார்ப்புகள்

அறிவில்மாற்றத்தைதொடங்கும்....

பழக்கவழக்கங்கள்

பழக்கவழக்கங்கள்

நல்லவைஎன்றால்பழகுவதுகடினம்.

கெட்டவைஎன்றால்விடுவதுகடினம்....

விதைகள்

வைரத்தைவிடவிதைகள்மகத்தானவைகள்

வைரங்கள்எவ்வளவுவிலையானாலும்இறந்தவைகள்

விதைகளுக்குள்உலகமேஉள்ளது...

மதிப்பு

சொத்துக்கள்மீதுவைக்கத்தெரிந்தமதிப்பை

சொந்தங்கள்மீதுவைக்கத்

தெரியவில்லைபலருக்கு...

தன்மானம்

நம்மைவிடஉயிரும்

உயிரைவிடஉண்மையும்

உண்மையைவிடதாயும்

தாயைவிடதன்மானமேஉயர்ந்தது...

புறக்கணிப்பு

அறுபடாமலேபுறக்கணிக்கப்படுகிறது

இரண்டாவதுசெருப்பு

சிலநல்லமனிதர்களைபோல...

அம்மா

படித்துவிட்டுஉளூரைச்சுற்றும்பிள்ளையின்

வேலைக்காகதினம்தினம்

கோயில்சுற்றும்ஓரேஜீவன்அம்மா...

கவிஞன்

நிலாவில்தண்ணீரைகாண்பவன்

விஞ்ஞானிதண்ணீரில்நிலாவைகாண்பவன்கவிஞன்...

மகிழ்ச்சி

சிறுவயதில்உச்சிவெயிலில்விளையாடும்போது

உள்ளத்தில்இருந்தமகிழ்ச்சி

பெரியவனாகிகுளிரூட்டப்பட்டஅறையில்அமர்ந்து

வேலைசெய்யும்போதுகூடகிடைப்பதில்லை...

அடையாளம்

விவாதங்கள்சிறந்தமனிதர்கள்

யார்என்பதைஅடையாளம்காட்டும்....

உரையாடல்கள்சிறந்தசெயல்கள்

எதுஎன்பதைஉணரவைக்கும்....

பாவக்கணக்கு

நமதுகடமைதவறுவதெல்லாம்

கடன்களில்வரவுவைக்கப்படுகிறது.

பொதுஉடமையாய்செயல்படுவதெல்லாம்

பாவக்கணக்கில்கழிக்கப்படுகிறது...

தைரியம்

எந்தசூழ்நிலையையும்எதிர்கொள்ளவைப்பது

மனதைரியம்எந்தசூழ்நிலையையும்

தனக்குசாதகமாகமாற்றவைப்பது

மதிதைரியம்...

பணம்

பணம்கையில்உள்ளபோது

அடுத்தவரைநமக்குதெரியவைக்காது..

கையில்இல்லாதபோதுஅடுத்தவருக்கு

நம்மைதெரியவைக்காது....

உறவு

வெயிலைப்போலவெளுத்துவாங்கிவிட்டு

பின்புமழையைப்போலகுளிரசெய்வதெல்லாம்

வானம்மட்டுமல்ல

வாழ்க்கையில்சிலஉறவுகளும்தான்..

தன்னம்பிக்கை

கடலில்கலங்கிநிற்பவனுக்கும்

வாழ்க்கையில்கலங்கிநிற்பவனுக்கும்

தன்னம்பிக்கையேதுணை...

உதவி

கைநீட்டிஉதவிடஅவசியம்இல்லை

பிறர்கைக்குவருவதை

தட்டிவிடாமல்இருந்தால்போதும்

நாமும்நல்லவர்கள்தான்...

நிம்மதி

குடும்பத்துபிரச்சனையைவெளியிலும்.

வெளியில்உள்ளபிரச்சனையைவீட்டிலும்

சுமந்துவாழ்பவர்கள்எங்கும்

நிம்மதியாகஇருக்கமுடியாது

மனநிம்மதியை

மனதைஅமைதியாய்வைத்திருந்தால்

மனநிம்மதியைவெளியில்
தேடவேண்டியஅவசியம்இல்லை....
உறவு
பொருட்கள்மட்டுமல்ல
சிலஉறவுகளும்தான்...
பொருந்திபோவதில்லை...
அதைநினைத்துவருந்திபயனில்லை....
முயற்சி
தொட்டுவிடும்தூரத்தில்வெற்றிஇருக்கையில்
தட்டிவிடும்வேகத்தில்தடைகள்வருகையில்.
பட்டுவிடும்என்றுவிட்டுவிடும்நம்பிக்கை.
கெட்டுவிடச்செய்யும்நட்டுவைத்தமுயற்சியை....
நினைவு
வந்துபோனநாட்கள்நொந்துபோன
நினைவுகளைதந்தாலும்
இதயம்வெந்துபோகாமல்இருந்தால்
வருங்காலம்தந்துபோகும்வளமானநாட்களை...
உத்வேகம்
பறக்கின்றசக்தியிலும்பிறக்கின்றபுத்தியிலும்
வேகம்இருந்தால்உற்சாகம்பிறக்கும்
விவேகம்இருந்தால்மட்டுமேஉத்வேகம்சிறக்கும்....
ஆயக்கலை
ஆயக்கலைகற்றிருந்தாலும்
மனதைஆளும்மாயக்கலைதெரியாவிட்டால்
அத்தனையும்சோககலையே..
ஆறாதகாயங்கள்
ஆறாதகாயங்கள்என்றுஎதுவுமில்லை

ஆறாதுஎன்றமனநிலையில்
மாற்றம்வந்தாலேபோதும்
ஆறுவதும்ஆறியபின்
மாறுவதும்தானாகவேநடக்கும்....

வழிகள்

விழிப்புணர்வுகள்ஏற்படாதவரை
விழிகள்திறந்துஇருந்தாலும்
வழிகள்இருட்டாகவேதெரியும்....!!

பலன்கள்

விதைகள்முளைக்கும்போதுதெரிவதில்லை
வினைகளின்பலன்கள்
விதையைதரும்போதேதெரியும்
விதைத்ததின்பலன்கள்....

மனபாரம்

ஒருவரிடம்நாம்மனம்திறந்துபேசும்போது
பாரத்தைஇறக்கிவைக்கிறோம்
மனதில்ஒன்றைவைத்துவேறுஒன்றை
பேசும்போதுபாரத்தைதூக்கிசுமக்கிறோம்......

வாழ்க்கை

வார்த்தைகள்வளமாய்விழும்போது
வரமாய்மாறுகிறதுவாழ்க்கை
வார்த்தைகள்சரமாய்வெடிக்கும்போது
சாபமாய்மாறுகிறதுவாழ்க்கை...

வாழ்க்கைவண்டி

மகிழ்ச்சியில்ஓடக்கூடியவாழ்க்கைவண்டி
நிறையவாழ்நாளைக்கொடுக்கும்...

மௌனம்

மௌனம்கலைப்பதால்பல

விடைகள்கிடைக்கின்றன

மௌனம்காப்பதால்பல

கேள்விகள்கிடைக்கின்றன...

ஆட்டம்

ஆடுகிறஆட்டமும்போடுகிறவேசமும்

கூடுகிறகூட்டமும்நாடுகிறநேசமும்...

ஒருநாள்கலைந்தேதீரும்..

காலம்கலைத்தேதீர்க்கும்....

வார்த்தை

வார்த்தைகளுக்குவலிதரும்

சக்திமட்டுமல்ல

வழிதரும்புத்தியும்உண்டு...

உரிமைக்குரல்

குரலைஉயர்த்திபேசுவதால்எதுவும்

நடைபெறபோவதில்லை

பிறரின்உரிமைக்குரலாய்

நம்குரல்ஒலிக்கும்போதுதான்எல்லாம்நடக்கும்...●●●

காலவதி

சகமனிதர்களும்நம்மைபோன்றவரே

அவர்களுக்கும்இதயம்இருக்கிறதை

உணர்ந்தாலேகடும்சொற்கள்

காலவதியாகிவிடும்...●●●

பேசியவார்த்தைகள்

மனநிலைகள்மாறும்

வானிலைபோல

நாம்பேசியவார்த்தைகள்

மாறாதுவானம்போல..

புதுஉதயம்

இதயத்தில்நல்லெண்ணங்கள்இருப்பது

இதயத்திற்குமட்டுமல்ல

புதுஉதயத்திற்கும்நல்லது..

வரம்

நல்லாஇருக்கியா

என்றகேள்விக்கு

கிடைக்கும்விடையிலேயேநம்மை

எடைபோடதெரிந்த

உறவுகள்கிடைப்பதுவரம்.....

தோல்வி

தோல்வியிம்நாயும்ஒன்றுதான்

ஓடும்வரைதுரத்தும்

எதிர்த்துநின்றால்தெறித்துஓடும்

பழக்கவழக்கங்கள்

நமதுபழக்கவழக்கங்கள்

பிறருக்குபாடமாகஇருக்கவேண்டுமே

ஒழியபாதகமாகஅமைந்துவிடக்கூடாது...

பணம்- குணம்

பணம்இருந்தால்நான்குபேர்

நம்மிடம்வந்துநடிப்பார்கள்

குணம்இருந்தால்நான்குபேர்

நம்மைபார்க்கதுடிப்பார்கள்...

சோதனையும்வேதனையுமே

புண்ணியத்தைதவிரவேறு

எதையும்அளவுக்குஅதிகமாகசேர்த்தால்

மிஞ்சுவதுசோதனையும்வேதனையுமே

கவலைகள்

கவலைகள்வந்துகொண்டேதான்இருக்கும்

அலைகள்போலஓயட்டும்என்று

காத்திருந்தால்காலம்கடந்துவிடும்

வருவதுவரட்டும்என்றுதுணிந்தால்

காலம்கனிந்துவரும்...

திறமை

பிறரின்திறமையைமதிக்கதெரியாதவர்களால்

தன்திறமைக்கானஅங்கீகாரத்தை

எப்போதும்பெறஇயலாது....

மகிழ்ச்சி

மகிழ்ச்சிஎன்பதுமற்றவரை

பார்த்துசிரிப்பதுஅல்ல

மற்றவரோடுசேர்ந்துசிரிப்பதே..

அம்மாவின் அறிவுரைகள்

மகளாகஅலட்சியப்படுத்திய

அம்மாவின்அறிவுரைகள்

அர்த்தம்உள்ளதுஎன்றுபுரியும்

மகளைபெற்றபின்பு....

தன்னம்பிக்கை

பிறர்தரும்ஊக்கத்தைகொண்டு

உயரமுயன்றால்அதுநம்பிக்கை

நாமேநமதுதயக்கத்தைஉடைத்து

துணிந்துநின்றால்அதுதன்னம்பிக்கை...

பலன்கள்

புண்ணியத்தின்பலன்கள்

விழுதுகள்கொண்டவை
தலைமுறைதாண்டியும்தொடரும்...
பாவத்தின்பலன்கள்பாறைபோன்றவை
கடைசிதலைமுறைவரை
மிரட்டிக்கொண்டேஇருக்கும்...
சமம்
நல்லவன் ,கெட்டவன்
ஏழை, பணக்காரன்
யாராகஇருந்தாலும்
மரணத்தின்முன்அனைவரும்சமமே ....
அறுசுவைவிருந்து
அறுசுவைவிருந்தில்கசப்புஇருப்பதுபோலவே
பல்சுவைவாழ்க்கையில்
துன்பம்ஒருபகுதியே...
உதவி
உதவிஅல்லதுகடன்கேட்டுபொருங்கள்
இப்போதெல்லாம்அறிவுரைகள்தான்
அதிகமாககிடைக்கும்...
நிம்மதியானவாழ்க்கை
நிம்மதியானவாழ்க்கை
ஆடம்பரத்தால்வருவதுஅல்ல
நமதுஆரம்பத்திலிருந்துகூடவேவருவது...